Impressum
Verlag: BABADADA GmbH, Nedderfeld 112 , 22529 Hamburg
Geschäftsführer / Verlagsleitung: Harald Hof
Druck: Books on Demand GmbH, In de Tarpen 42, 22848 Norderstedt

Imprint
Publisher: BABADADA GmbH, Nedderfeld 112 , 22529 Hamburg, Germany
Managing Director / Publishing direction: Harald Hof
Print: Books on Demand GmbH, In de Tarpen 42, 22848 Norderstedt, Germany

# School

## ትምህርት ቤት

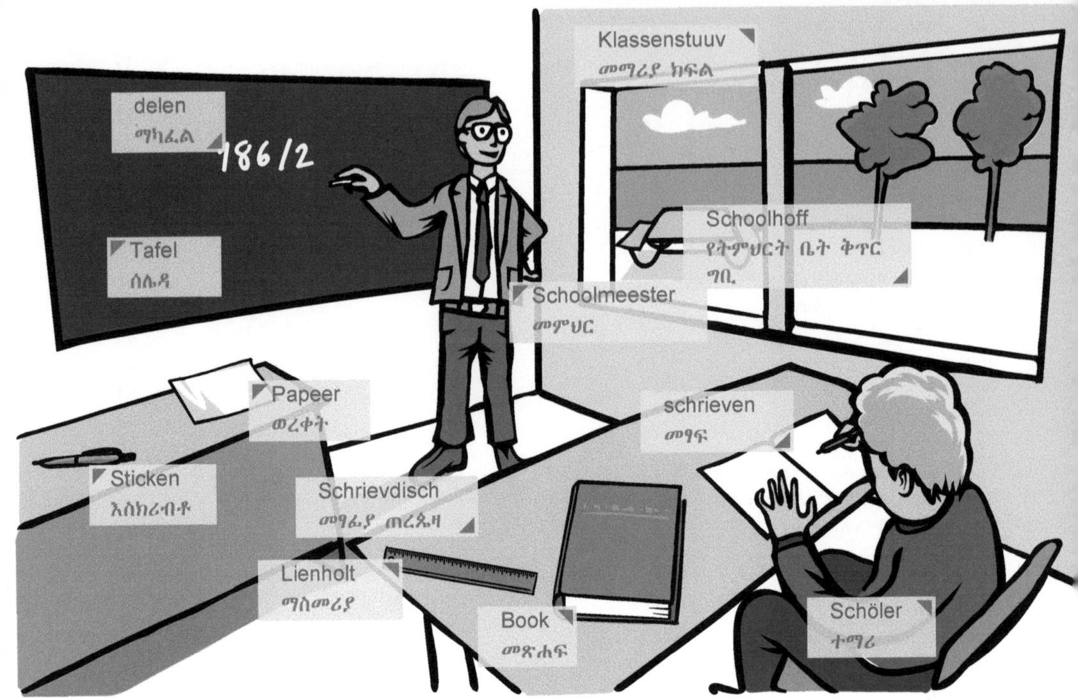
Klassenstuuv
መማሪያ ክፍል
delen
ማካፈል
186/2
Tafel
ሰሌዳ
Schoolhoff
የትምህርት ቤት ቅጥር ግቢ
Schoolmeester
መምህር
Papeer
ወረቀት
schrieven
መፃፍ
Sticken
እስክሪብቶ
Schrievdisch
መፃፊያ ጠረጴዛ
Lienholt
ማስመሪያ
Book
መጽሐፍ
Schöler
ተማሪ

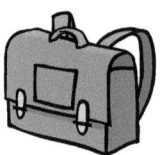

Ranzel
..................
የጀርባ ቦርሳ

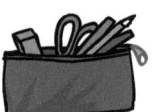

Feddermapp
..................
የእርሳስ መያዣ

Bleesticken
..................
እርሳስ

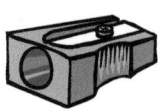

Scharpmaker
..................
የእርሳስ መቅረጫ

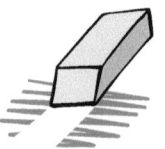

Radeergummi
..................
ላጲስ

Tekenblock
..................
የስዕል ደብተር

Teken

ስዕል

Pinsel

የቀለም ብሩሽ

Malkassen

የቀለም ሳጥን

Scheer

መቀስ

Klever

ማጣበቂያ

Heft to'n Öven

መልመጃ ደብተር

Huusopgaav

የቤት ስራ

Tall

ቁጥር

tohooptellen

መደመር

aftrecken

መቀነስ

malnehmen

ማባዛት

reken

ቁጥሮችን ማስላት

Bookstaav

ደብዳቤ

ABC

ፊደላት

Woort

ቃል

Text

ፅሑፍ

lesen

ማንበብ

Kried

ጠመኔ

Stunn

ትምህርት

Klassenbook

ምዝገባ

Pröven

ፈተና

Tüügnis

ሰርተፊኬት

Schooluniform

የትምህርት ቤት የደንብ ልብስ

Utbillen

ትምህርት

Nakieksel

አዉደ ጥበብ

Universität

ዩኒቨርስቲ

Mikroskop

የምርምር አጉሊ መሳርያ

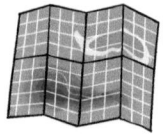

Koort

ካርታ

Papeerkorf

የቆሻሻ ወረቀት መጣያ ቅርጫት

Hotel
ሆቴል
Grand
Harbarg
ማረፊያ ቤት
ROOMS
Wesselstuuv
የውጭ ገንዘብ ምንዛሪ ቢሮ
Kuffer
ልብስ መያዣ ሻንጣ
Auto
መኪና

Spraak

ቋንቋ

jo / ne

አዎ/ አይደለም

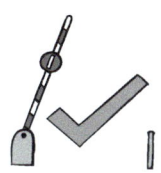

Jo

እሺ

Moin

ሰላም

Översetter

አስተርጓሚ

Dank ok

አመሰግናለሁ

Wat kost…?

.....................

ስንት ነዉ.......?

Ik verstah nich

.....................

አልገባኝም

Problem

.....................

እክል

Goden Avend

.....................

እንደምን አመሹ!

Moin!

.....................

እንደምን አደሩ!

Gode Nacht!

.....................

መልካም ምሽት!

Tschüüs

.....................

ደህና ይሰንብቱ

Richt

.....................

አቅጣጫ

Bagaasch

.....................

ሻንጣ

Tasch

.....................

ቦርሳ

Rüchsack

.....................

የጀርባ ቦርሳ

Gast

.....................

እንግዳ

Stuuv

.....................

ክፍል

Slaapsack

.....................

የመተኛ ቦርሳ

Telt

.....................

ድንኳን

Touristeninformatschoon

..................

የጎብኚዎች መረጃ

Strand

..................

የባህር ዳርቻ

Kreditkoort

..................

ክሬዲት ካርድ

Fröhstück

..................

ቁርስ

Meddageten

..................

ምሳ

Avendeten

..................

እራት

Fohrkort

..................

ቲኬት

Fohrstohl

..................

አሳንሰር

Breefmark

..................

ማህተም

Grenz

..................

ድንበር

Toll

..................

ባህሎች

Bottschop

..................

ኤምባሲ

Visum

..................

ቪዛ/የይለፍ ወረቀት

Pass

..................

ፓስፖርት

# Transport

## መጓጓዣ

Fleger
አዉሮፕላን
Schipp
መርከብ
Füerwehrauto
የእሳት አደጋ መኪና
Lastwagen
የጭነት መኪና
Autobus
Motoorboot
የሞተር ጀልባ
Auto
መኪና
Fohrrad
ብስክሌት

Fähr

የማመላለሻ ጀልባ

Boot

ጀልባ

Motoorrad

የሞተር ብስክሌት

Polizeiauto

የፖሊስ መኪና

Rönnauto

የዉድድር መኪና

Lehnwagen

የኪራይ መኪና

Carsharing

የመኪና መጋራት

Afsleepwagen

ጎታች መኪና

Müllauto

የቆሻሻ ጭነት መኪና

Motoor

ሞተር

Kraftstoff

ነዳጅ

Tanksteed

የቤንዚን ማደያ

Verkehrsschild

የመንገድ ምልክት

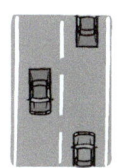

Verkehr

የመኪኖች እንቅስቃሴ

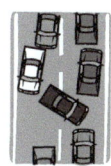

Stau

የመኪና መጨናነቅ

Afstellplatz

የመኪና ማቆሚያ

Bahnhoff

የባቡር ጣቢያ

Sporen

የባቡር ሀዲዶች

Tog

ባቡር

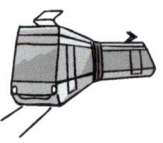

Stratenbahn

የኤሌክትሪክ ባቡር

Wagon

ሰረገላ

Dwarsmöhl

ሄሊኮፕተር

Flooghaven

አየር ማረፊያ

Tower

ማማ

Fohrgast

መንገደኛ

Grootkist

ማስቀመጫ፤ ማጠራቀሚያ

Karton

ካርቶን እቃ ማሸጊያ

Koor

ጋሪ፤ ተሳቢ

Korf

ቅርጫት

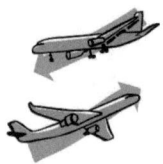

starten / lannen

መነሳት/ ማረፍ

# Stadt

## ከተማ

Dörp

መንደር

Binnenstadt

የከተማ ማዕከል

Huus

ቤት

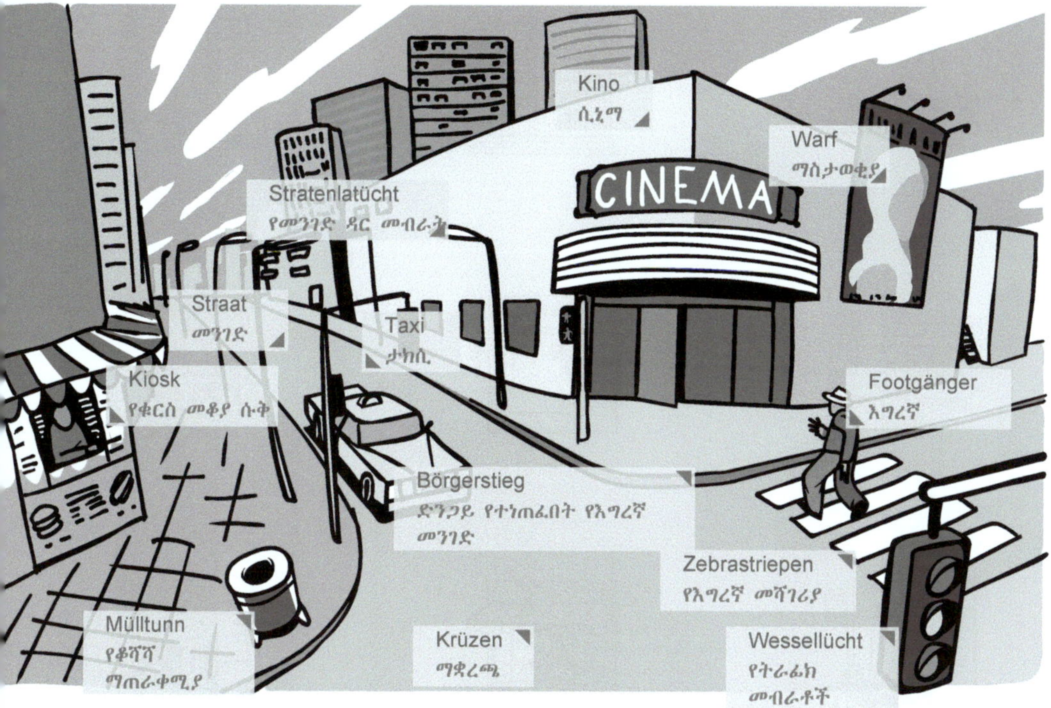

## Illustration labels

Kino
ሲኒማ

Warf
ማስታወቂያ

Stratenlatücht
የመንገድ ዳር መብራት

Straat
መንገድ

Taxi
ታክሲ

Kiosk
የቁርስ መቆያ ሱቅ

Footgänger
እግረኛ

Börgerstieg
ድንጋይ የተነጠፈበት የእግረኛ
መንገድ

Zebrastriepen
የእግረኛ መሻገሪያ

Mülltunn
የቆሻሻ
ማጠራቀሚያ

Krüzen
ማጽረጫ

Wessellücht
የትራፊክ
መብራቶች

---

Hütt

ጎጆ

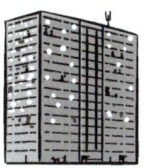

Wahnung

አፓርታማ

Bahnhoff

የባቡር ጣቢያ

Raathuus

የከተማ አዳራሽ

Museum

ቤተ መዘክር

School

ትምህርት ቤት

Universität

ዩኒቨርስቲ

Bank

ባንክ

Krankenhuus

ሆስፒታል

Hotel

ሆቴል

Afteek

መድሐኒት ቤት

Büro

ቢሮ

Bookhökerie

መፅሐፍ መሸጫ

Hökerie

ሱቅ

Blomenhökerie

የአበባ መሸጫ

Supermarkt

የሸቀጣ ሸቀጥ መደብር

Markt

ገበያ ስፍራ

Koophuus

መደብር

Fischhökerie

የዓሳ ነጋዴ

Inkoopszentrum

የገበያ ማዕከል

Haven

ወደብ

Parkanlaag

መናፈሻ ቦታ

Bank

አግዳሚ ወንበር

Brüch

ድልድይ

Trepp

ደረጃዎች

Ünnergrundbahn

ዉስጥ ለዉስጥ

Tunnel

ዋሻ

Busstoppsteed

የአዉቶቡስ ፌርማታ

Bar

ባር

Spieslokal

ምግብ ቤት

Breefkassen

የፖስታ ሳጥን

Stratenschild

የመንገድ ምልክት

Parkklock

የመኪና ማቆሚያ ሒሳብ የሚያሰላ ማሽን

Deertenpark

የደር እንስሳት ማቆያ

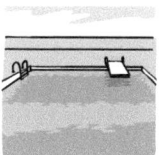

Baadanstalt

የመዋኛ ገንዳ

Moschee

መስጊድ

**Buernhoff**

እርሻ

**Ümweltversmudden**

የሚበክል ነገር

**Karkhoff**

መቃብር ስፍራ

**Kark**

ቤተ ክርስቲያን

**Speelplatz**

መጫወቻ ሜዳ

**Tempel**

ቤተ መቅደስ

## Landschop

## መልከዓምድር

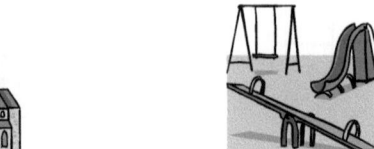

Blatt
ቅጠል

Wiespahl
የመንገድ ላይ
ምልክት

Weg
መንገድ

Wisch
አረንጓዴ መስክ

Steen
ድንጋይ

Wannerer
በእግሩ የሚጓዝ

Boom
ዛፍ

Fluss
ወንዝ

Gras
ሳር

Bloom
አበባ

**Daal**

ሸለቆ

**Barg**

ኮረብታ

**See**

ሀይቅ

**Holt**

ጫካ

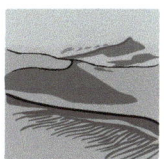

**Wööst**

በረሃ

**Füerspien Barg**

እሳተ ገሞራ

**Slott**

ግምብ

**Regenbagen**

ቀስተ ዳመና

**Poggenstohl**

እንጉዳይ

**Palm**

የቴምብር ዛፍ/ ዘንባባ

**Steekmück**

ቢንቢ/ የወባ ትንኝ

**Fleeg**

በራሪ

**Miegeemk**

ጉንዳን

**Imm**

ንብ

**Spinn**

ሸረሪት

Sebber

ጢንዚዛ

Pogg

እንቁራሪት

Katteker

ሽኮኮ

Swienegel

ጃርት

Haas

ጥንቸል

Uul

ጉጉት ወፍ

Vagel

ወፍ

Swaan

የዉሃ ዳክዬ

Wildswien

ከርከሮ

Hirsch

አጋዘን

Elk

አጋዘን

Staudamm

ግድብ

Windrad

በነፋስ የሚሽከረከር

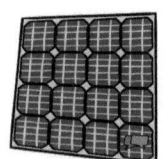

Solarmodul

የፀሀይ ፓኔሎ

Klima

አየር ንብረት

# Spieslokal

## ምግብ ቤት

Kellner
አስተናጋጅ
Spieskoort
Stohl
ወንበር
Supp
ሾርባ
Pizza
ፒዛ
Bestick
መክተፊያ
Dischdeek
የጠረጴዛ ጨርቅ

Vörspies

የምግብ ፍላጎትን የሚከፍት ምግብ

Haupteten

ዋና ምግብ

Nadisch

ማጣጣሚያ ተከታይ ምግብ

Drünk

መጠጦች

Eten

ምግብ

Buddel

ጠርሙስ

Fastfood

ፈጣን ምግብ

Strateneten

የመንገድ ምግብ

Teekann

የሻይ ማንቆርቆሪያ

Zuckerdoos

የስኳር እቃ

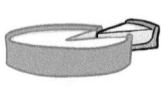

Portschoon

ድርሻ

Espressomaschien

የቡና ማፊያ ማሽን

Hoochstohl

ባለጌ ወንበር

Reken

የክፍያ ደረሰኝ

Tablett

ትሪ

Mess

ቢላዋ

Gavel

ሹካ

Lepel

ማንኪያ

Teelepel

የሻይ ማንኪያ

Munddook

ልብስ ምግብ እንዳይነካ የሚረዳ ጨርቅ

Glas

ብርጭቆ

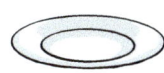

Töller

ርግ ሰሀን

Suppentöller

የሾርባ ጎድጓዳ ሰሀን

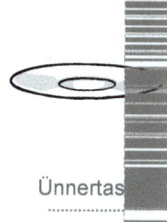

Ünnertas

የስኒ ማስቀመጫ

Sooß

ማጣፈጫ ስጎ

Soltstreuer

የጨዉ እቃ

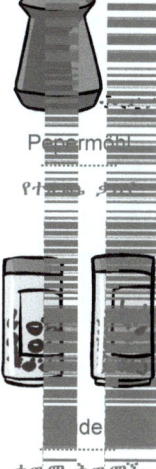

Pepermöhl

የተ[illegible]

Etig

ኮምጣጤ

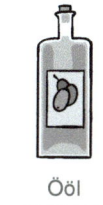

Ööl

የምግብ ዘይት

[illegible]de

ቀመማ ቅመሞች

Ketchup

የቲማቲም ድልህ

Mostrich

ሰናፍጭ

Mayonnaise

ማዮኒ

# Supermarkt

## የሸቀጣ ሸቀጥ መደብር

Anbott
ልዩ አቅራቦት
FOR
Kunn
ደምበኛ
Melkprodukten
የወተት ተዋፅዖ
Aaft
ፍራፍሬ
Inkoopswagen
ባለ ጎማ የእጅ ጋሪ

Slachterie

ሉካንዳ ነጋዴ

Bäckerie

መጋገርያ

wegen

ክብደት መመዘን

Gröönsaken

ቅጠላ ቅጠል አትክልት

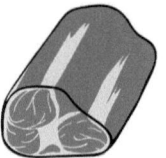

Fleesch

ስጋ

Deepköhlkost

የቀዘቀዘ/የረጋ ምግብ

Opsnitt

ቀዝቃዛ ቁራጭ

Konserven

የታሸገ ምግብ

Waschmiddel

የማጠቢያ ዱቄት

Snoopkraam

ጣፋጮች

Huushooltssaken

የቤት ዉስጥ ዉጤቶች

Reinmaaktüüch

የፅዳት ምርቶች

Verköpersche

የሽያጭ ባለሙያ

Kass

የገንዘብ መመዝቢያ ማሽን

Kasserer

የሒሳብ ሰራተኛ

Inkoopslist

የግዢ ዝርዝር

Opsparrtieden

ክፍት ሰዓታት

Breeftasch

የኪስ ቦርሳ

Kreditkoort

ክሬዲት ካርድ

Tasch

ቦርሳ

Plastiktüüt

የፕላስቲክ ቦርሳ

# Drünk

## መጠጦች

Water

ዉሃ

Saft

ጭማቂ

Melk

ወተት

Cola

ኮካ-ኮላ

Wien

ወይን

Beer

ቢራ

Spriet

አልኮል

Kakao

ኮካ

Tee

ሻይ

Koffie

ቡና

Espresso

የተፈላ ቡና

Cappucino

ካፕቺኖ

# Eten

## ምግብ

Banaan

..................

ሙዝ

Appel

..................

ፖም

Appelsien

..................

ብርቱካን

Meloon

..................

ሀብሀብ

Zitroon

..................

ሎሚ

Wöttel

..................

ካሮት

Knuuvlook

..................

ነጭ ሽንኩርት

Bambus

..................

ሸምበቆ

Zibbel

..................

ቀይ ሽንኩርት

Poggenstohl

..................

እንጉዳይ

Nööt

..................

ለዉዝ

Nudeln

..................

የህፃናት ምግብ

**Spaghetti**

ፓስታ

**Ries**

ሩዝ

**Salat**

ሰላጣ

**Pommes frites**

የድንች ጥብስ

**Braadkantüffeln**

ድንች ጥብስ

**Pizza**

ፒዛ

**Hamborger**

ዳቦ ዉስጥ በስሱ ተጠብሶ የገባ
ስጋ

**Sandwich**

ሳንድዊች

**Snitzel**

ጥሬ ስጋ

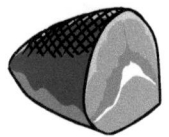

**Schinken**

የአሳማ ስጋ

**Salami**

በቅመምና በጨዉ የታሸ ምግብ
ቀዝቅዞ የሚበላ ሾርባ ምግብ

**Wust**

ቋሊማ

**Hohn**

ዶሮ

**Braden**

ጥብስ

**Fisch**

አሳ

| | | |
|---|---|---|
|  |  |  |
| Haverflocken | Müsli | Cornflakes |
| የአጃ ገንፎ | ከወተት ጋር ተደባልቀዉ የሚበሉ ምግቦች | የበቆሎ ቅርፊት |
|  |  |  |
| Mehl | Croissant | Rundstück |
| ዱቄት | ኩራሳ | ድብልብል ዳቦ |
|  |  |  |
| Broot | Toast | Keksen |
| ዳቦ | መጥበስ | ብስኩት |
|  |  |  |
| Botter | Quark | Koken |
| ቅቤ | እርጎ | ኬክ |
|  |  | 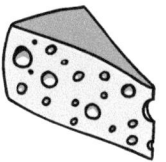 |
| Ei | Spegelei | Kees |
| እንቁላል | እንቁላል ጥብስ | አይብ |

Ies

.................

የበረዶ ክሬም

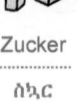

Zucker

.................

ስኳር

Honnig

.................

ማር

Marmelaad

.................

ማርማላት

Nougat-Creme

.................

የተናጠ የወተት ክሬም

Curry

.................

ማጣፈጫ

# Buernhoff

## እርሻ

Buernhuus
የገበሬ ቤት
Schüün
የእህልና የከብት ማቀመጫ ቤት
Strohballen
የጭድ ክምር
Feld
ሜዳ
Peerd
ፈረስ
Hänger
ተሳቢ መኪና
Trecker
የእርሻ መኪና
Fahlen
የፈረስ ውርንጭላ
Esel
አህያ
Schaap
በግ
Lamm
የበግ ጠቦት

Zeeg

..............

ፍየል

Koh

..............

ላም

Kalf

..............

ጥጃ

Swien

..............

አሳማ

Farken

..............

ግልገል አሳማ

Bull

..............

ኮርማ

Goos

ዝይ

Aant

ዳክዬ

Küken

የዶሮ ጫጩት

Hohn

ዶሮ

Hahn

አዉራ ዶሮ

Rott

አይጥ

Katt

ደድመት

Muus

አይጥ

Oss

በሬ

Hund

ዉሻ

Hunnenhütt

የዉሻ ቤት

Goornslauch

የአትክልት ቦታ

Geetkann

ዉሃ ማጠጫ ባልዲ

Lee

ረጅም ማጭድ

Ploog

ማረሻ

Sich

ማጭድ

Hack

መኮትኮቻ

Mestfork

የእህል መንሽ

Ext

መጥረቢያ

Schuufkoor

ኩርኩር/ የእጅ ጋሪ

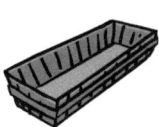

Trog

ገንዳ

Melkkann

የወተት ዕቃ

Sack

ጆንያ ከረጢት

Tuun

አጥር

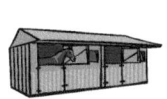

Stall

የፈረስ ጋጣ

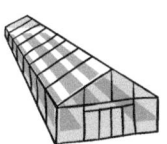

Drievhuus

ዕፅዋት ማሳደጊያ የመስታዉት ቤት

Bodden

አፈር

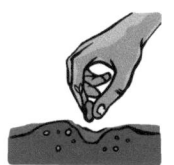

Saat

ዘር

Dünger

የመሬት ማዳበሪያ

Meihdöscher

ጥምር ማረሻ

oornen

አዝመራ መሰብሰብ

Oorn

አዝመራ

Yamswöttel

ድንች

Weten

ስንዴ

Soja

ሶያ

Kantüffel

ድንች

Törksche Weten

በቆሎ

Rapp

የከብት መኖ

Aaftboom

የፍሬ ዛፍ

Troopsch Kantüffel

የካሳቫ ዛፍ

Koorn

እህል

# Huus

## ቤት

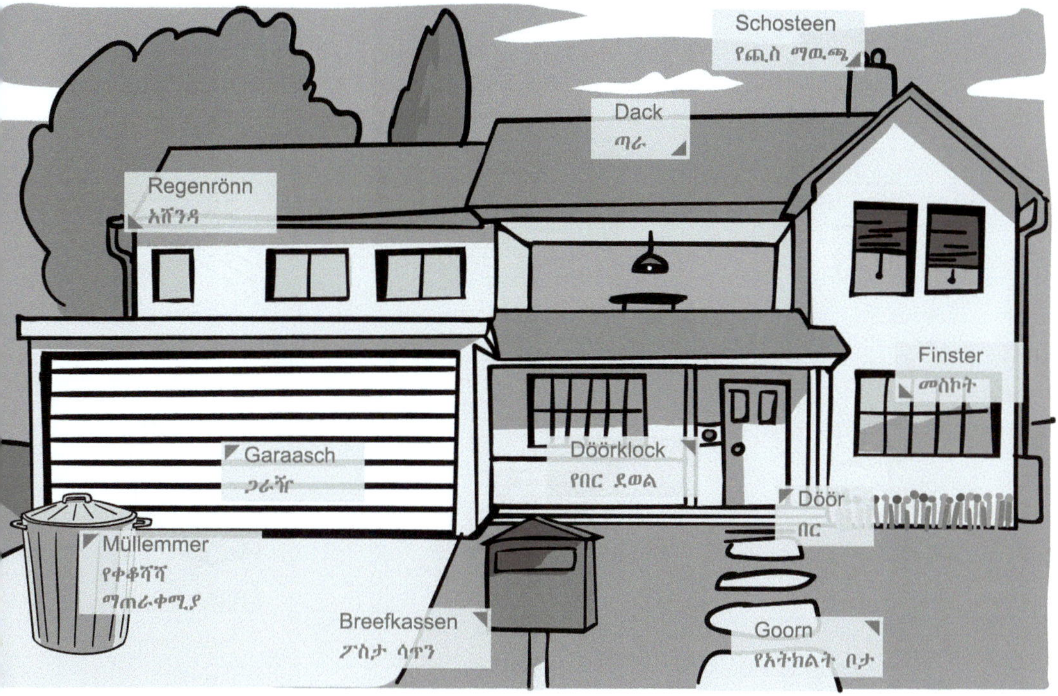
Schosteen
የጪስ ማዉጫ
Dack
ጣራ
Regenrönn
አሸንዳ
Finster
መስኮት
Garaasch
ጋራዥ
Döörklock
የበር ደወል
Döör
በር
Müllemmer
የቆቆሻሻ
ማጠራቀሚያ
Breefkassen
ፖስታ ሳጥን
Goorn
የአትክልት ቦታ

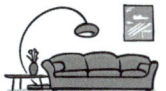

Wahnstuuv

ሳሎን

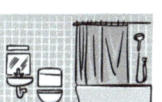

Baadstuuv

መታጠቢያ ቤት

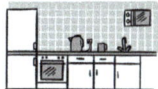

Köök

ማድቤት

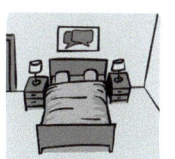

Slaapstuuv

መኝታ ቤት

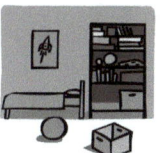

Kinnerstuuv

የልጅ ክፍል

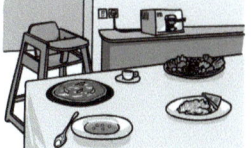

Eetstuuv

መመገቢያ ክፍል

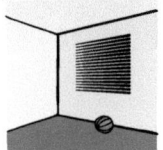

Footbodden

ወለል

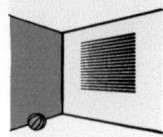

Wand

ግድግዳ

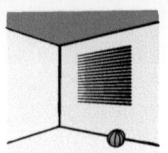

Deek

ጣሪያ

Keller

ምድር ቤት

Hittluftbad

በእንፋሎት ሙቀት መታጠቢያ
ቤት

Balkon

ሰገነት

Terrass

ከፍ ያለ መደብ

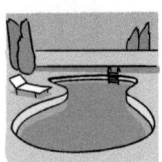

Swümmbad

የመዋኛ ገንዳ

Rasenmeiher

የማጨጃ መኪና

Bettbetog

አንሶላ

Bettdeek

የአልጋ ልብስ

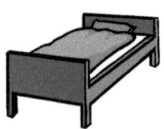

Puuch

አልጋ

Bessen

መጥረጊያ

Emmer

ባልዲ

Schalter

ማብሪያና ማጥፊያ

# Wahnstuuv

## ሳሎን

Tapeet
የግድግዳ ወረቀት
Bild
ፎቶ
Lamp
መብራት
Regal
መደርደሪያ
Schapp
ቁም ሳጥን፤ ካቢኔ
Kiekkassen
Kamin
የእሳት መሞቂያ
Bloom
አበባ
Küssen
ትራስ
Sofa
ሶፋ
Vaas
የአበባ ማስቀመጫ
Feernbedenen
ሪሞት ኮንትሮል

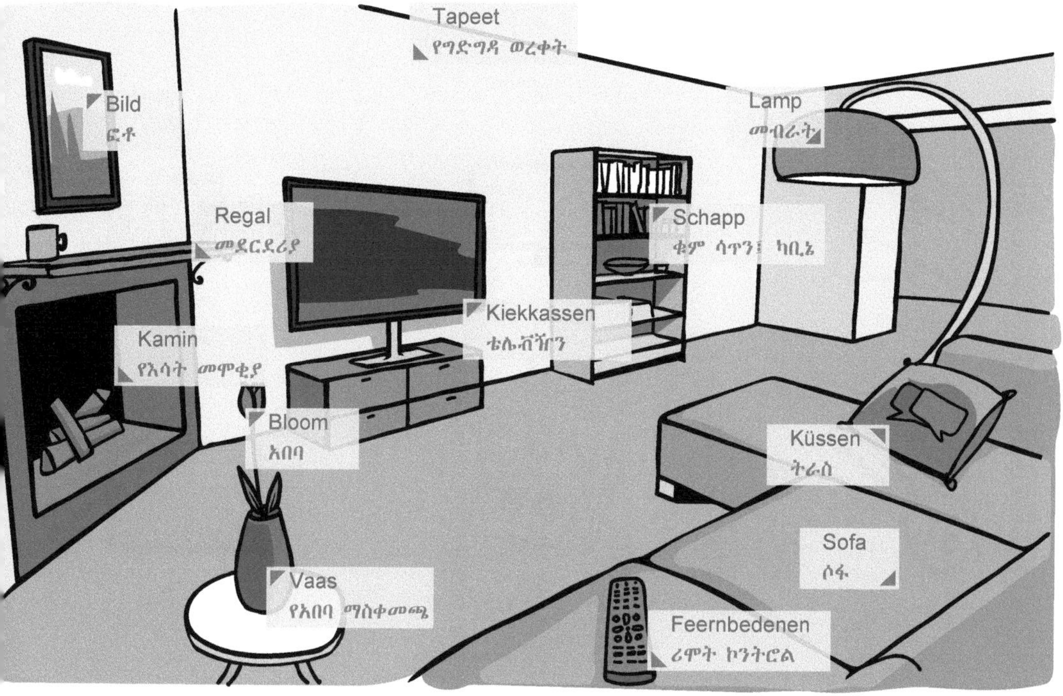

Teppich

ንጣፍ

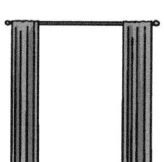

Vörhang

መጋረጃ

Disch

ጠረጴዛ

Stohl

ወንበር

Schuckelstohl

ተወዛዋዥ ወንበር

Sessel

ባለመደገፊያ ወንበር

Book

መጽሐፍ

Deek

ብርድ ልብስ

Dekoratschoon

ጌጥ

Füerholt

ማገዶ

Film

ፊልም

Stereoanlaag

የሙዚቃ መማጫወቻ

Slötel

ቁልፍ

Narichtenblatt

ጋዜጣ

Gemälde

ስዕል

Poster

የተለጠፈ ማስታወቂያ እንደ ስዕል

Radio

ራዲዮ

Opschrievblock

ማስታወሻ ደብተር

Huulbessen

የአየር ማፅጃ ለምንጣፍ

Kaktus

ቁልቋል

Kars

ሻማ

# Köök

## ማድቤት

Köhlschapp
ማቀዝቀዣ
Mikrowell
ማይክሮዌቭ ምግብ ማብሰያ
Kökenwaag
የኩሽና መመዘኛ ሚዛን
Toaster
ዳቦ መጥበሻ
Reinmaakmiddel
ንፁህ ማድረጊያ
Backaven
ምድጃ
Gefreerfack
ማቀዝቀዣ
Müllemmer
የቆሻሻ ማጠራቀሚያ
Opwaschmaschien
እቃ ማጠቢያ

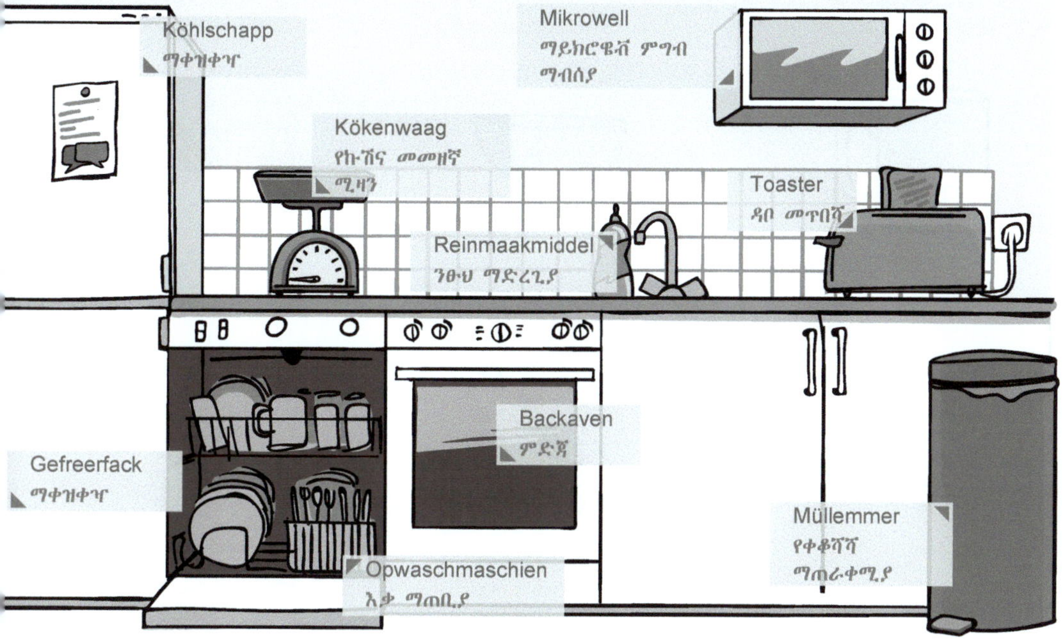

Heerd

ምግብ አብሳይ

Pott

ማሰሮ

Gussiesern Putt

የብረት ማሰሮ

Wok / Kadai

ምግብ ማብሰያ ዝርግ ድስት

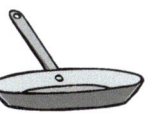

Pann

የምግብ መጥበሻ

Waterkaker

ማንቆርቆሪያ

Dampkaakputt

የእንፋሎት ማብሰያ

Backblick

የመጋገሪያ ትሪ

Geschirr

ሰብስቦች

Beker

ትልቅ ኩባያ

Schaal

ጎድጓዳ ሳህን

Eetsticken

ቾፕስቲክስ

Suppenkell

ጭልፋ

Pannenwenner

መሰቅሰቂያ ዝርግ ማንኪያ

Sneebessen

ማደባለቂያ

Kaakseef

መወጠሪያ

Seef

ወንፊት

Riev

መፈርፈሪያ መሳሪያ

Mörser

ሲሚንቶ

Grill

የፍም ጥብስ

Füerstell

የተለቀቀ እሳት

Sniedbrett

..................

መክተፊያ

Nudelholt

..................

ተንሸራታች መርፌ

Proppentrecker

..................

የጠርሙስ መክፈቻ

Doos

..................

ጣሳ

Dosenaapner

..................

የጣሳ መክፈቻ

Pottlappen

..................

የማሰሮ መሸፈኛ

Waschbecken

..................

ሳህን ማጠቢያ

Böst

..................

ብሩሽ

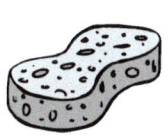

Swamm

..................

ስፖንጅ

Mixer

..................

መደባለቂያ መሳሪያ

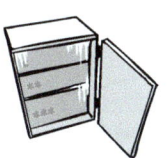

Iesschapp

..................

በጣም ማቀዝቀዣ

Nuckelbuddel

..................

ጡጦ

Waterhahn

..................

ቧንቧ

# Baadstuuv

## መታጠቢያ ቤት

Heizung
ማሞቂያ
Bruus
መታጠቢያ
Handdook
ፎጣ
Bruusvörhang
የመታጠቢያ ቤት መጋረጃ
Schuumbad
የአረፋ መታጠቢያ
Baadwann
የመታጠቢያ ገንዳ
Glas
ብርጭቆ
Waschmaschien
የልብስ ማጠቢያ
Waterhahn
ቧንቧ
Fliesen
ማዕዘን ወለል
lütte Putt
Waschbecken
ሳህን ማጠቢያ

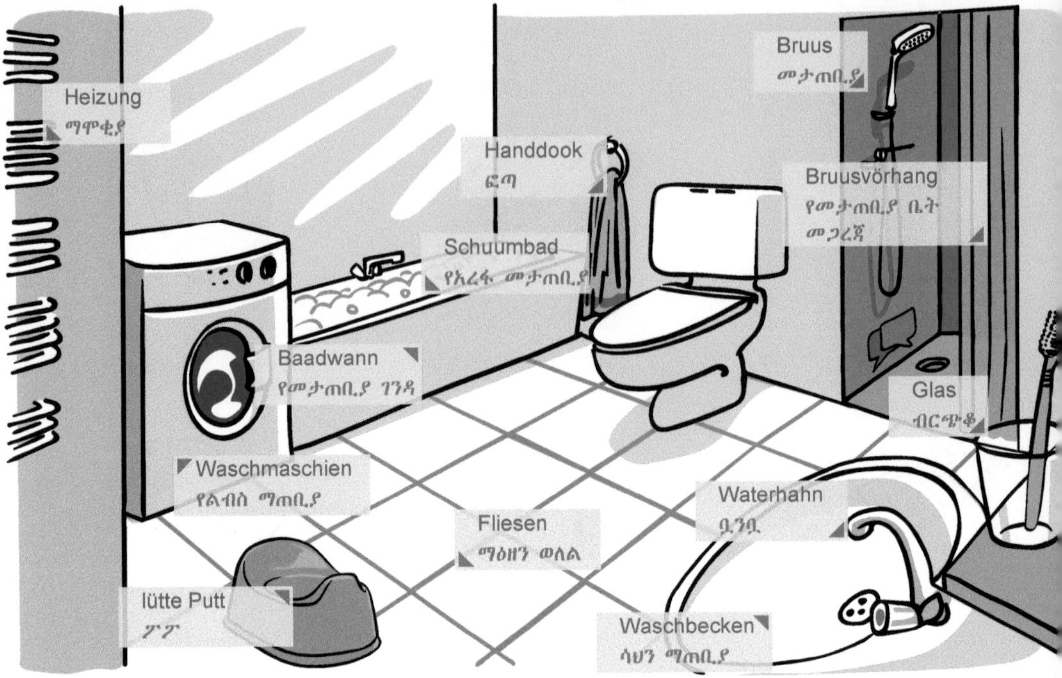

Tante Meier

ሽንት ቤት

Hockklo

የሽንት ቤት መቀመጫ

Bidet

ሳፋ

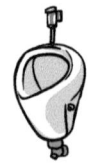

Miegbecken

የመንገድ ዳር መሽኛ

Klopapeer

የሽንት ቤት ወረቀት

Kloböst

የሽንት ቤት ማፅጃ ብሩሽ

Tähnböst

የጥርስ ብሩሽ

Tähnpast

የጥርስ ሳሙና

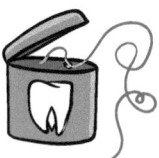

Tähnsied

የጥርስ ማፅጃ ክር

waschen

መታጠብ

Handbruus

የእጅ መታጠቢያ

Intimbruus

መታጠቢያ

Waschschöttel

ጎድጓዳ ሳህን

Rüchböst

የጀርባ ብሩሽ

Seep

ሳሙና

Bruusgeel

መታጠቢያ የሚዝለገለግ ሳሙና

Hoorwaschmiddel

የፀጉር መታጠቢያ ሳሙና

Waschlappen

ለስላሳ ጨርቅ

Afloop

ፍሳሽ

Creme

ክሬም

Deodorant

ጠረን መቀየሪያ ንጥረ ነገር

Spegel

መስታወት

Kosmetikspegel

የእጅ መስታወት

Raserer

ምላጭ

Raseerschuum

የመላጫ አረፋ

Raseerwater

ከመላጨት በኋላ የሚቀባ ሽቱ

Kamm

ማበጠሪያ

Böst

ብሩሽ

Hoordröger

የፀጉር ማድረቂያ

Hoorspray

በፀጉር ላይ የሚነፋ

Smink

የፊት መቀባቢያ

Lippensticken

የከንፈር ቀለም

Nagellack

የጥፍር ቀለም

Watt

የጥጥ ሱፍ

Nagelscheer

ጥፍር መቆረጫ

Rüükwater

ሽቶ

Kulturbüdel

ማጠቢያ ባልዲ

Schemel

መቀመጫ

Waag

ሚዛን

Baadmantel

የመታጠቢያ ልብስ

Gummihanschen

የላስቲክ ጓንት

Tampon

ሞዴስ

Damenbinn

የፅዳት ፎጣ

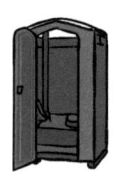

Chemieklo

የሽንት ቤት ኬሚካል

# Kinnerstuuv

## የልጅ ክፍል

Wecker
Knudeldeert
የህፃን አሻንጉሊት
Speeltüüchauto
የመጫወቻ መኪና
Klöter
ማንገጫገጫ መጫወቻ
Poppenhuus
የአሻንጉሊት ቤት
Geschenk
ስጦታ

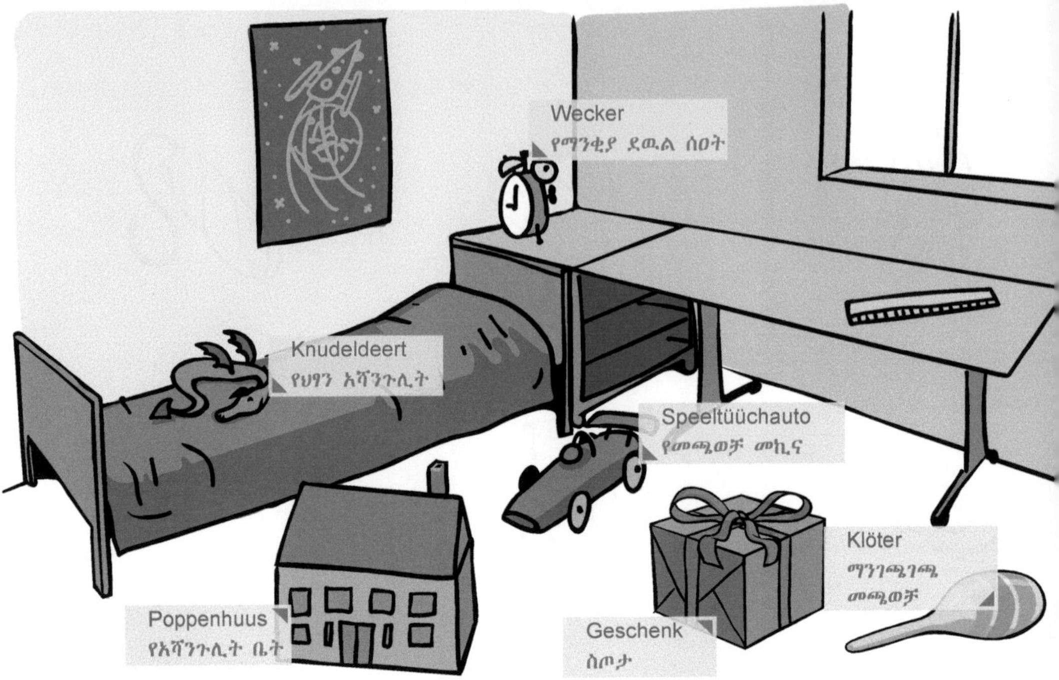

Luftballon

ፊኛ

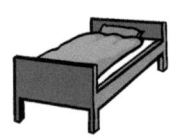

Puuch

አልጋ

Kinnerwagen

የህፃን ማንሸራሸሪያ ጋሪ

Koortenspeel

የካርታ መጫወቻ

Puzzle

ቁርጥራጭ ምስሎችን የማገጣጠም
እና ምስል የማግኘት ጨዋታ

Billergeschicht

አዝናኝ

### Legostenen
ተገጣጣሚ መጫወቻ

### Bustenen
የመጫወቻ መገጣጠሚያዎች

### Action-Figur
የድርጊት ምስል

### Strampelantog
የህፃን እድገት

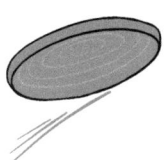

### Frisbeeschiev
የፕላስቲክ መጫወቻ ዝርግ ሰሀን

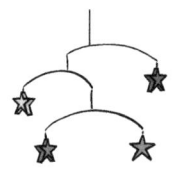

### Mobile
ተወዛዋዥ የህፃን ማጫወቻ

### Brettspeel
የሰሌዳ ጨዋታ

### Wörpel
የመጫወቻ ጠጠር

### Modelliesenbahn
የመጫወቻ ባቡር

### Snuller
የእንጀራ እናት ጡጦ

### Party
ድግስ

### Billerbook
የስዕል መፅሀፍ

### Ball
ኳስ

### Popp
አሻንጉሊት

### spelen
መጫወት

Sandkassen

የአሸዋ መጫወቻ

Schuckel

ዥዋዥዌ

Speeltüüch

መጫወቻዎች

Speelkonsool

የቪዲዮ መጫወቻ

Dreerad

ባለ ሶስት ጎማ ብስክሌት

Teddyboor

የአሻንጉሊት ድብ

Klederschapp

ቁምሳጥን

## Tüüch

## አልባሳት

Socken

ካልሲዎች

Strümp

ስቶኪንጎች

Strumpbüx

ታይት

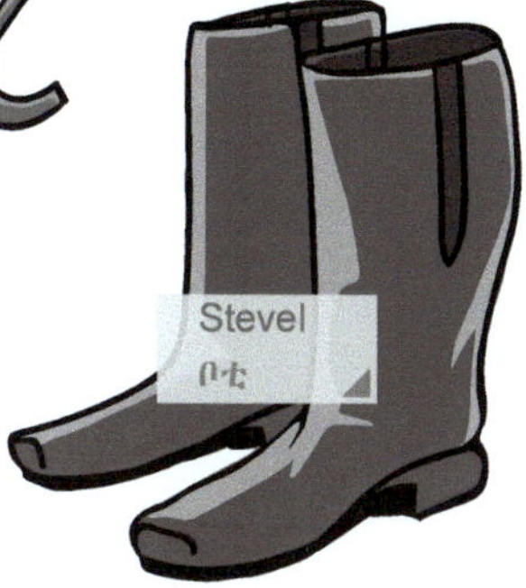

Halsdook
የአንገት ልብስ

Paraplü
ዢንጥላ

T-Shirt
ክናቴራ

Liefreem
ቀበቶ

Stevel
ቡቲ

Puuschen
የቤት ዉስጥ ነጠላ ጫማ

Turnschoh
ስኒከሮች

Sandalen

ነጠላ ጫማዎች

Schoh

ጫማዎች

Gummistevel

የዝናብ ቡትስ

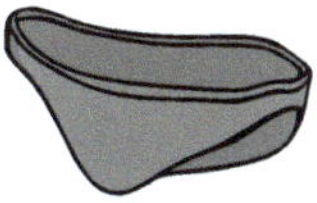

Ünnerbüx

ሙታንታ

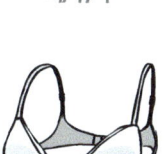

Bostholler

ጡት መያዣ

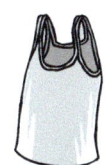

Ünnerhemd

ሰደርያ

Lief

ሰዉነት

Büx

ሱሪዎች

Jeansnüx

ጅንስ

Rock

ጉርድ ቀሚስ

Bluus

ሸሚዝ

Hemd

ሸሚዝ

Pullover

የሚጠለቅ ሹራብ

Kapuzenpullover

ሹራብ

Blazer

ዩኒፎርም ጃኬት

Jack

ጃኬት

Mantel

ኮት

Övertrecker

የዝናብ ኮት

Kostüm

ልብስ

Kleed

ቀሚስ

Hochtietskleed

የሙሽራ ቀሚስ

Antog

..............

ሱፍ

Nachtkleed

..............

የለሊት ልብስ

Slaapantog

..............

የለሊት ልብስ

Sari

..............

ረጅም ቀሚስ

Koppdook

..............

ሂጃብ

Turban

..............

ጥምጣም

Burka

..............

ቡርቃ

Kaftan

..............

ሽርጥ

Abaya

..............

አባያ

Baadantog

..............

የዋና ልብስ

Baadbüx

..............

አጭር ቁምጣ

Korte Büx

..............

ቁምጣዎች

Antog to'n Öven

..............

የስራ ቱታ

Schört

..............

ሽርጥ

Handschoh

..............

ጓንት

Knopp

ቁልፍ

Brill

መነፅር

Armband

አምባር

Halskeed

የአንገት ሀብል

Ring

ቀለበት

Ohrbummel

የጆሮ ጌጥ

Mütz

ኮፍያ

Klederbögel

የኮት መስቀያ

Hoot

ኮፍያ

Binner

ከረቫት

Rietslüter

ዚፕ

Helm

የብረት ቆብ

Drachtband

መደገፊያ

Schooluniform

የትምህርት ቤት የደንብ ልብስ

Uniform

የደንብ ልብስ

Severböten

መሃረብ

Snuller

የእንጀራ እናት ጡጦ

Winnel

ሸንት ጨርቅ

# Büro
## ቢሮ

Server

ማሰራጫ ጣቢያ

Aktenschapp

የፋይል መደርደሪያ ካቢኔ

Drucker

የህትመት መሳሪያ

Papeer

ወረቀት

Bildschirm

መቆጣጠሪያ

Schrievdisch

መፃፊያ ጠረዼዛ

Muus

ማዉዝ

Orner

ማህደር

Knoopboord

የመፃፊ ቁልፎች

Papeerkorf

የቆሻሻ ወረቀት መጣያ ቅርጫት

Computer

ኮምፑዉተር

Stohl

ወንበር

Koffiebeker

የቡና መጠጫ ትልቅ ኩባያ

Taschenreekner

ማስሊያ ማሽን

Internet

ኢንተርኔት

Klappreekner

ላፕቶፕ

Breef

ደብዳቤ

Naricht

መልዕክት

Ackersnacker

ተንቀሳቃሽ ስልክ

Nettwark

የግንኙነት አዉታር

Kopeerapparat

ማባዣ ማሽን

Software

ሶፍትዌር

Klöönkassen

ስልክ

Steekdoos

የግድግዳ ሶኬት

Faxapparat

የፋክስ ማሽን

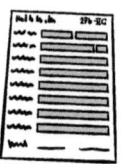

Formulor

ቅፅ

Dokument

ሰነድ

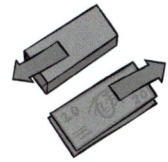

# Weertschop

## ኢኮኖሚ

köpen

መግዛት

betahlen

መክፈል

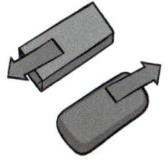

hanneln

መነገድ

Geld

ገንዘብ

Dollar

ዶላር

Euro

ዩሮ

Yen

የን

Ruvel

ሩብል

Swiezer Franken

የስዊዝ ፍራንክ

Renminbi Yuan

ሬንሚንቢ ዩዋን

Rupie

ሩጲ

Geldautomat

የገንዘብ ነጥብ

Wesselstuuv

የዉጭ ገንዘብ ምንዛሪ ቢሮ

Gold

ወርቅ

Sülver

ብር

Ööl

ዘይት

Energie

ሀይል፤ ጉልበት

Pries

ዋጋ

Verdrag

ግንኙነት

Stüer

ቀረጥ

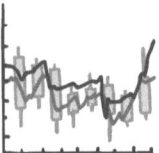

Andeelschien

አክስዮን

arbeiden

መስራት

Anstellte

ተቀጣሪ

Arbeitgever

ቀጣሪ

Fabrik

ፋብሪካ

Hökerie

ሱቅ

# Profeschonen
## የስራ ሙያዎች

Wachtmeester
የፖሊስ አዛዥ
Füerwehrmann
የእሳት አደጋ ሰራተኛ
Kock
ምግብ አብሳይ
Dokter
ዶክተር
Fleger
አብራሪ

Goorner
አትክልተኛ

Discher
አናጢ

Neihersche
ልብስ ሰፊ ሴት

Richter
ዳኛ

Chemiker
ቀማሚ

Schauspeler
ተዋናይ

Busfohrer

የአዉቶቢስ ሹፌር

Taxifohrer

የታክሲ ሹፌር

Fischer

አሳ አጥማጅ

Reinmaakfru

ፅዳት ሰራተኛ

Dackdecker

የጣራ ሰራተኛ

Kellner

አስተናጋጅ

Jäger

አዳኝ

Maler

ሰዓሊ

Bäcker

ጋጋሪ

Elektriker

የኤሌትሪክ ሰራተኛ

Buarbeider

ገምቢ

Ingenieur

መሃንዲስ

Slachter

ልኳንዳ

Klempner

የቧንቧ ሰራተኛ

Postbüdel

የፖስታ ሰራተኛ

Suldat

ወታደር

Architekt

መሃንዲስ

Kasserer

የሒሳብ ሰራተኛ

Florist

አበባ ሻጭ

Putzbüdel

የፀጉር ሰራተኛ

Schaffner

ቲኬት ቆራጭ

Mechaniker

መካኒክ

Kaptein

ካፒቴን

Tähndokter

የጥርስ ሐኪም

Wetenschopler

ተመራማሪ

Rabbi

መምህር

Imam

የሙስሊም ሃይማኖታዊ መሪ

Mönk

መነኩሴ

Paap

ካህን

# Warktüüch

## መሳሪያዎች

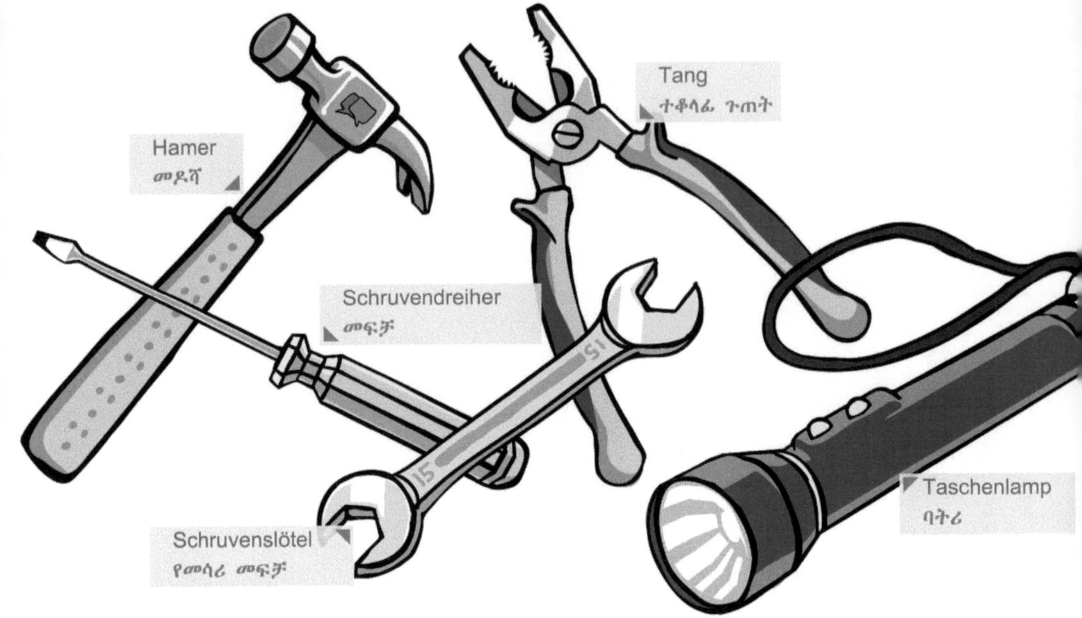

Hamer
መዶሻ
Tang
ተቆላፊ ጉጠት
Schruvendreiher
መፍቻ
Schruvenslötel
የመሳሪ መፍቻ
Taschenlamp
ባትሪ

Grieper

በቁፋሮ የሚዝቅ

Warktüüchkassen

የመፍቻ ሳጥን

Ledder

መሰላል

Saag

መጋዝ

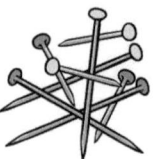

Nagels

ምስማር

Bohrer

መሰርሰሪያ

heelmaken

መጠገን

Schüffel

አካፋ

Schiet!

የተረገመ!

Kehrblick

ቆሻሻ ማፈሻ

Farvpott

የቀለም ቆርቆሮ

Schruven

ብሎን

# Musikinstrumenten

## የሙዚቃ መሳሪያዎች

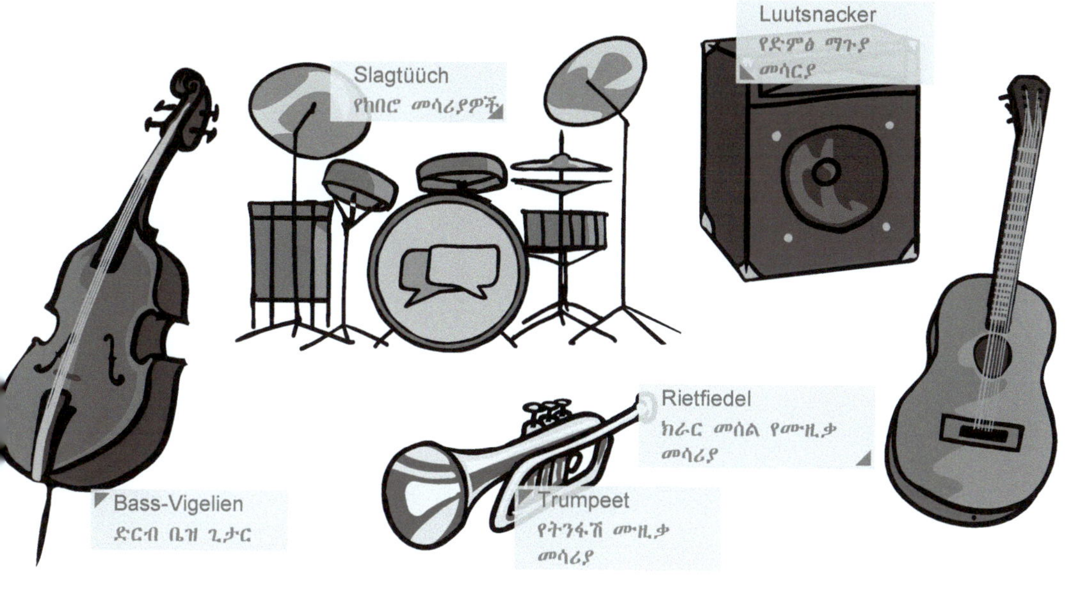

Luutsnacker
የድምፅ ማጉያ መሳርያ
Slagtüüch
የከበሮ መሳሪያዎች
Rietfiedel
ክራር መሰል የሙዚቃ መሳሪያ
Bass-Vigelien
ድርብ ቤዝ ጊታር
Trumpeet
የትንፋሽ ሙዚቃ መሳሪያ

**Klaveer**

ፒያኖ

**Vigelien**

ቫዮሊን

**Bass**

ወፍራም፣ ጎርናና ድምፅ ያለዉ
ክራር መሰል ሙዚቃ መሳሪያ

**Pauk**

ነጋሪት

**Trummeln**

ከበሮ

**Keyboard**

በኤሌክትሪክ የሚሰራ ፒኖ

**Saxophon**

የትንፋሽ ሙዚቃ መሳሪያ

**Fleut**

ዋሽንት

**Mikrofoon**

የድምፅ ማጉያ

# Deertenpark
## የደር እንስሳት ማቆያ

Tiger
ነብር
Ingang
መግቢያ
Käfig
ሳጥን
Zebra
የሜዳ አህያ
Deertenfoder
የእንስሳ ምግብ
Panda-Boor
ትልቅ ድብ

Deerten

እንስሳቶች

Elefant

ዝሆን

Känguru

ካንጋሮ

Neeshoorn

አዉራሪስ

Gorilla

ትልቅ ዝንጀሮ

Boor

ድብ

Kameel

ግመል

Struuß

ሰጎን

Lööv

አንበሳ

Aap

ጦጣ

Flamingo

ቅልጥመ ረዥም ወፍ

Papagoi

በቀቀን

Iesboor

የወዋልታ ድብ

Pinguin

የዋልታ ወፎች

Haifisch

ረጅም ጥርሶች ያሉትአሳ ነባሪ

Pageluun

ጣዎስ

Slang

እባብ

Krokodil

አዞ

Oppasser in'n Deertenpark

የዱር አራዊት የሚጠበቁበት
ማቆያን የሚጠብቅ

Saalhund

አሳ በሊታ የባህር እንስሳ

Jaguor

የዱር ድመት

Pony

ድንክ ፈረስ

Leopard

ነብር

Nilpeerd

ጉማሬ

Giraff

ቀጭኔ

Aadler

ንስር

Wildswien

ከርከሮ

Fisch

አሳ

Schildkrööt

የባህር ኤሊ

Walross

የባህር አዉሬ

Voss

ቀበሮ

Gazell

የሜዳ ፍየል ፤ ሚዳቋ

# Sport

## የስፖርት አይነቶች

Amerikaansch Football
የአሜሪካ እግርኳስ
Radfohren
የብስክሌት ስፖርት
Tennis
ቴኒስ
Korfball
የቅርጫት ኳስ
Swümmen
ዋና
Boxen
የቡጢ ስፖርት
Ieshockey
የበረዶ ላይ የገና ጨዋታ

Football

እግር ኳስ

Fedderball

የላባ ኳስ ጨዋታ

Leichtathletik

አትሌቲክስ

Handball

የእጅ ኳስ ስፖርት

Skilopen

የበረዶ መንሸራተት ስፖርት

Polo

ፈረስ ግልቢያ

# Aktivitäten

## እንቅስቃሴዎች

lachen
መሳቅ
springen
መዝለል
ümarmen
ማቀፍ
gahn
መራመድ
singen
መዘመር
drömen
ህልም ማለም
beden
መፀለይ
snuteln
መሳም

schrieven

መፃፍ

teken

መሳል

wiesen

ማሳየት

drücken

መግፋት

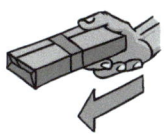

geven

መስጠት

nehmen

መዉሰድ

hebben

መያዝ

doon

ማድረግ

sien

መሆን

stahn

መቆም

lopen

መሮጥ

trecken

መሳብ

smieten

መወርወር

fallen

መዉደቅ

liggen

መዋሸት

töven

መጠበቅ

dregen

መሸከም

sitten

መቀመጥ

antrecken

መልበስ

slapen

መተኛት

opwaken

መንቃት

ankieken

መመልከት

wenen

ማለልቀስ

eien

መጫር

kämmen

ማበጠር

snacken

ማዉራት

verstahn

መረዳት

fragen

ጥያቄ

hören

ማዳመጥ

drinken

መጠጣት

eten

መብላት

oprümen

ማንፃት

leefhebben

ማፍቀር

kaken

ምግብ ማብሰል

fohren

መንዳት

flegen

መብረር

segeln

መርከብ መንዳት

reken

ቁጥሮችን ማስላት

lesen

ማንበብ

lehren

መማር

arbeiden

መስራት

de Plünnen tohoopsmieten

ማግባት

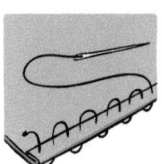

neihen

መስፋት

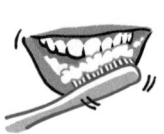

Tähnen putzen

ጥርስ መቦረሽ

dootmaken

መግደል

smöken

ማጨስ

schicken

መላክ

# Familje

## ቤተሰብ

Grootmoder
የሴት አያት
Grootvadder
የወንድ አያት
Vadder
አባት
Moder
እናት
Winnelkind
ህፃን
Dochter
ሴት ልጅ
Söhn
ወንድ ልጅ

Gast

እንግዳ

Tant

አክስት

Unkel

አጎት

Broder

ወንድም

Süster

እህት

# Lief

## አካል

Vörkopp
ግንባር
Oog
አይን
Schuller
ትከሻ
Finger
ጣት
Gesicht
ፊት
Kinn
አገጭ
Hand
እጅ
Been
እግር
Bost
ጡት
Arm
ክንድ

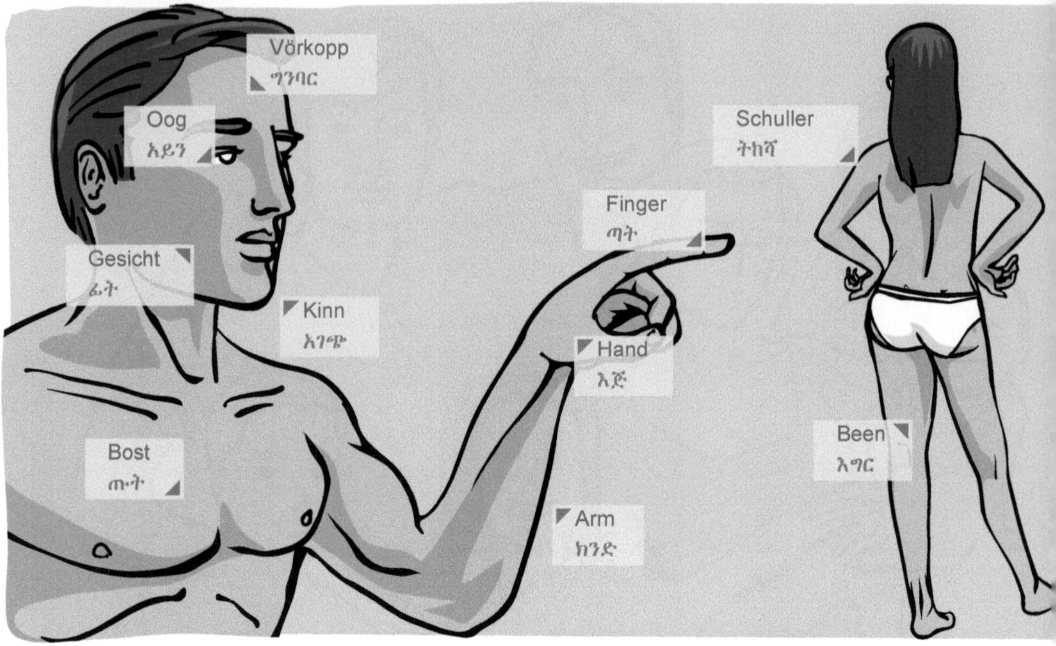

Winnelkind
ህፃን

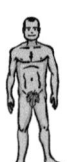

Mann
ሰዉ

Fro
ሴት

Deern
ልጃገረድ

Jung
ወንድ ልጅ

Arm
ራስ

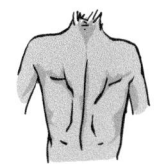

Rüch

ጀርባ

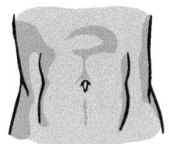

Buuk

ሆድ

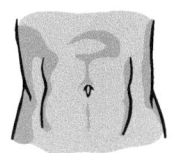

Navel

እምብርት

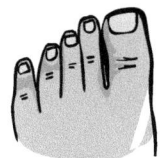

Teh

የእግር ጣት

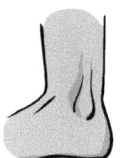

Hack

ተረከዝ

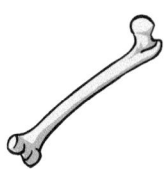

Knaken

አጥንት

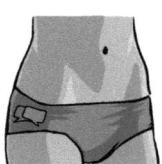

Hüft

ዳሌ

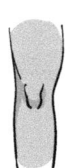

Knee

ጉልበት

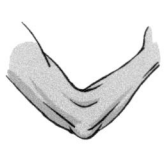

Ellbagen

ክርን

Nees

አፍንጫ

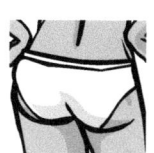

Achtersen

ቂጥ

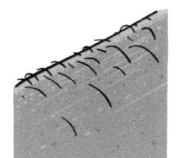

Huut

ቆዳ

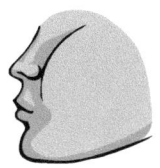

Back

ጉንጭ

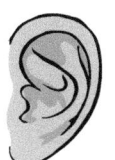

Ohr

ጆሮ

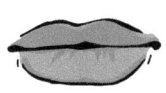

Lipp

ከንፈር

Mund

አፍ

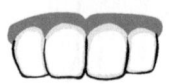

Tähn

ጥርስ

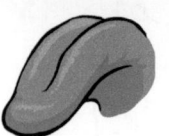

Tung

ምላስ

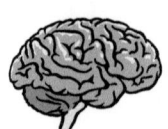

Bregen

አንጎል

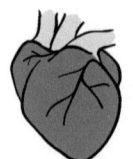

Hart

ልብ

Muskel

ጡንቻ

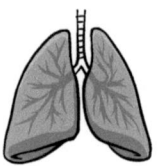

Lung

ሳምባ

Lever

ጉበት

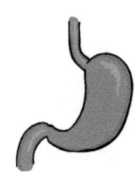

Maag

ሆድ

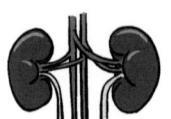

Neren

ኩላሊቶች

Bislaap

የግብረስጋ ግንኙነት

Kondoom

ኮንዶም

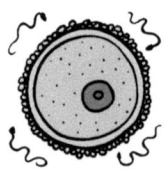

Eizell

የሴት እንቁላል

Sperma

የዘር ፈሳሽ

Anner Ümstänn

እርግዝና

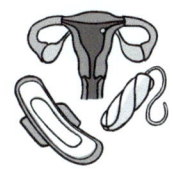

Menstruatschoon

የወር አበባ

Scheed

እምስ

Pint

ቁላ

Ogenbroe

ቅንድብ

Hoor

ፀጉር

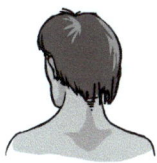

Hals

አንገት

# Krankenhuus

## ሆስፒታል

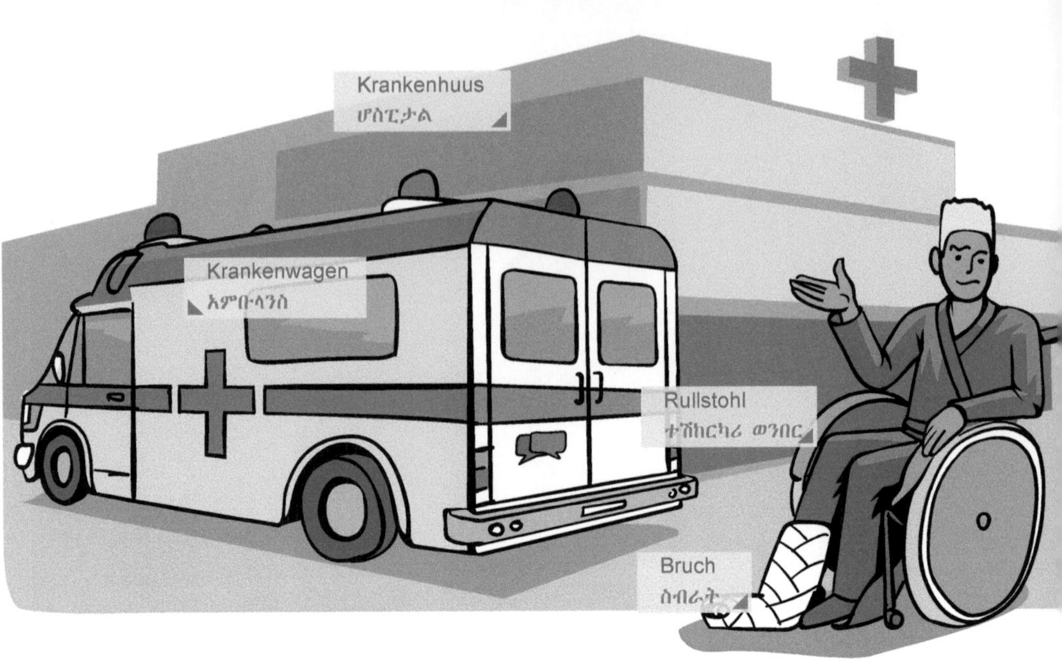

Krankenhuus
ሆስፒታል
Krankenwagen
አምቡላንስ
Rullstohl
ተሽከርካሪ ወንበር
Bruch
ስብራት


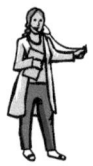

Dokter

ዶክተር

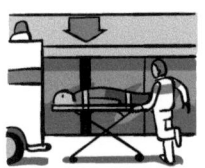

Nootopnahm

ድንገተኛ ክፍል

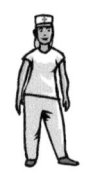

Krankensüster

ነርስ

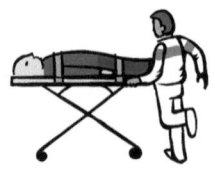

Nootfall

ድንገተኛ

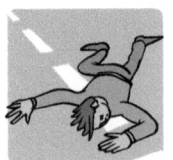

ahnmächtig

ራስን መሳት/ አለማወቅ

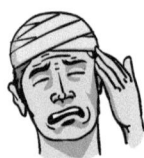

Wehdaag

ህመም

**Verwunnen**

ጉዳት

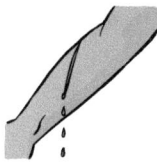

**Blöden**

መድማት

**Hartinfarkt**

የልብ ድካም

**Slaganfall**

ስትሮክ

**Allergie**

አለርጂ

**Hoosten**

ሳል

**Fever**

ትኩሳት

**Gripp**

ኢንፍሎዌንዛ

**Dörchfall**

ተቅማጥ

**Koppwehdaag**

የራስ ምታት

**Kreeft**

ካንሰር

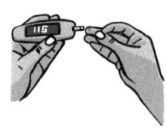

**Zuckersüük**

የስኳር በሽታ

**Chirurg**

ቀዶ ጠጋኝ ሐኪም

**Chirurgsch Mess**

የቀዶ ጥገና ስለት

**Operatschoon**

ቀዶ ጥገና

CT

ሲቲ

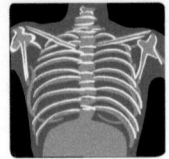

Dörchlüchten

ክስሬዮ

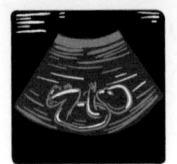

Ultraschall

አልትራሳዉንድ

Mask

የፊት ጭምብል

Krankheit

በሽታ

Töövruum

መጠበቂያ ክፍል

Krück

ምርኩዝ

Plaaster

የቁስል ማሸጊያ

Verband

ፋሻ

Insprütten

መርፌ

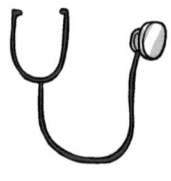

Stethoskop

የልብ ምት ማዳመጫ መሳሪያ

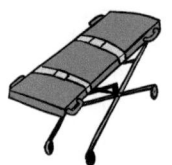

Draag

የበሽተኛ አልጋ

Feverthermometer

የህክምና ሙቀት መለኪያ መሳሪያ

Geboort

መውለድ

Övergewicht

ከልክ ያለፈ ክብደት

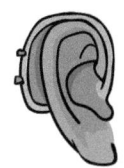

Höörapparat

ለመስማት የሚረዳ መሳሪያ

Kiemfriemiddel

ፀረ ተባይ መድሀኒት

Ansteken

ማመርቀዝ

Virus

ቫይረስ

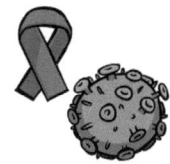

HIV / AIDS

ኤች አይቪ ኤድስ

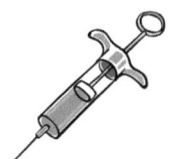

Heelmiddel

ህክምና

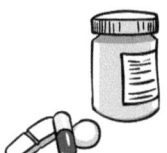

Impen

ክትባት

Tabletten

ኪኒን

Pill

ኪኒን

Nootroop

አስቸኳይ የስልክ ጥሪ

Blootdruck-Meter

ደም ግፊት መቆጣጠሪያ

krank / gesund

ህመም/ ጤንነት

# Nootfall

## ድንገተኛ

Hölp!

እርዳታ!

Alarm

ማንቂያ ደወል

Överfall

ጥቃት

Angreep

ድብደባ

Gefohr

አደጋ

Nootutgang

የድንገተኛ መዉጫ

Füer!

እሳት!

Füerlöscher

እሳት ማጥፊያ

Unfall

አደጋ

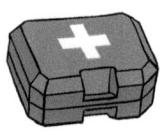

Noothölpkoffer

የመጀመሪያ እርዳታ መድሃኒት መያዣ

SOS

ነፍስ አድን

Polizei

ፖሊስ

# Eerd
## ምድር

Europa

አዉሮፓ

Noordamerika

ሰሜን አሜሪካ

Süüdamerika

ደቡብ አሜሪካ

Afrika

አፍሪካ

Asien

እስያ

Australien

አዉስትራሊያ

Atlantik

አትላንቲክ

Pazifik

ፓስፊክ

Indisch Weltmeer

የህንድ ዉቅያኖስ

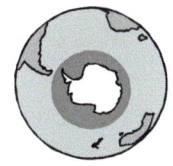

Antarktisch Weltmeer

አንታርክቲክ ዉቅያኖስ

Arktisch Weltmeer

አርክቲክ ዉቅያኖስ

Noordpol

ሰሜን ዋልታ

Süüdpol
..................
ደቡብ ዋልታ

Antarktis
..................
አንታርክቲካ

Eerd
..................
ምድር

Land
..................
መሬት

See
..................
ባህር

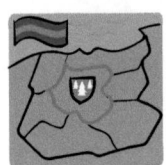

Eiland
..................
ደሴት

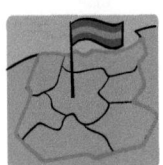

Natschoon
..................
አ ርና ህዝብ

Staat
..................
መንግስት

# Klock

## ሰዓት

Tallenblatt

የሰዓት ገፅታ

Stunnenwieser

ሰዓት

Minutenwieser

ደቂቃ

Sekunnenwieser

ሴኮንድ

Wo laat is dat?

ስንት ሰዓት ነው?

Dag

ቀን

Tiet

ጊዜ

nu

አሁን

digetaalsch Klock

የቁጥር ሰዐት

Minuut

ደቂቃ

Stunn

ሰዓታት

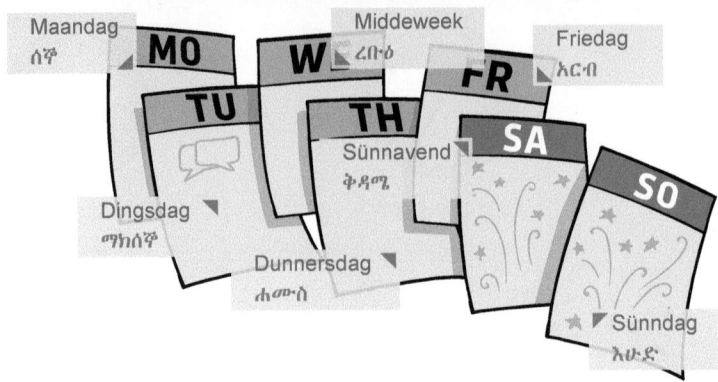

# Week

## ሳምንት

Maandag
ሰኞ
Middeweek
ረቡዕ
W
Friedag
አርብ
FR
Sünnavend
ቅዳሜ
Dingsdag
ማክሰኞ
Dunnersdag
ሐሙስ
Sünndag
እሁድ

güstern

ትላንት

hüüt

ዛሬ

morgen

ነገ

Morgen

ማለዳ

Meddag

ቀትር

Avend

ምሽት

Arbeitsdaag

የስራ ቀናት

Wekenenn

የዕረፍት ቀናት

# Johr

## ዓመት

Regen
ዝናብ
Regenbagen
ቀስተ ዳመና
Snee
ጥጥ የሚመስል አመዳይ
በረዶ
Fröhjohr
ፀደይ
Sommer
በጋ
Harvst
መኸር
Winter
ክረምት

4.APRIL 11°
5.APRIL 4°
6.APRIL 13°
7.APRIL 8°
8.APRIL 10°

Wedervörhersaag

የአየር ሁኔታ ትንበያ

F
0
10
0
-10

Thermometer

የሙቀት መለኪያ

Sünnenschien

የፀሀይ ሙቀት

Wulk

ደመና

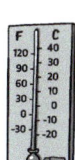

Nevel

ጭጋግ

Luftfuchtigkeit

እርጥበታማነት

Blitz

መብረቕ

Dunner

ነጎድጓድ

Storm

አዉሎ ንፋስ

Hagel

የበረዶ ዝናብ

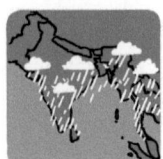

Monsun

አዉሎ ንፋስ

Floot

ጎርፍ

Ies

በረዶ

Januormaand

ጥር

Februormaand

የካቲት

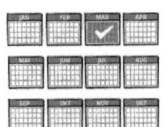

Martmaand

መጋቢት

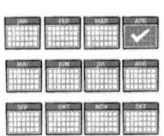

Aprilmaand

ሚያዚያ

Maimaand

ግንቦት

Junimaand

ሰኔ

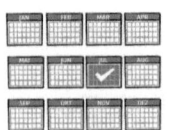

Julimaand

ሐምሌ

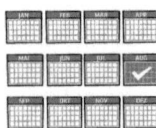

Augustmaand

ነሀሴ

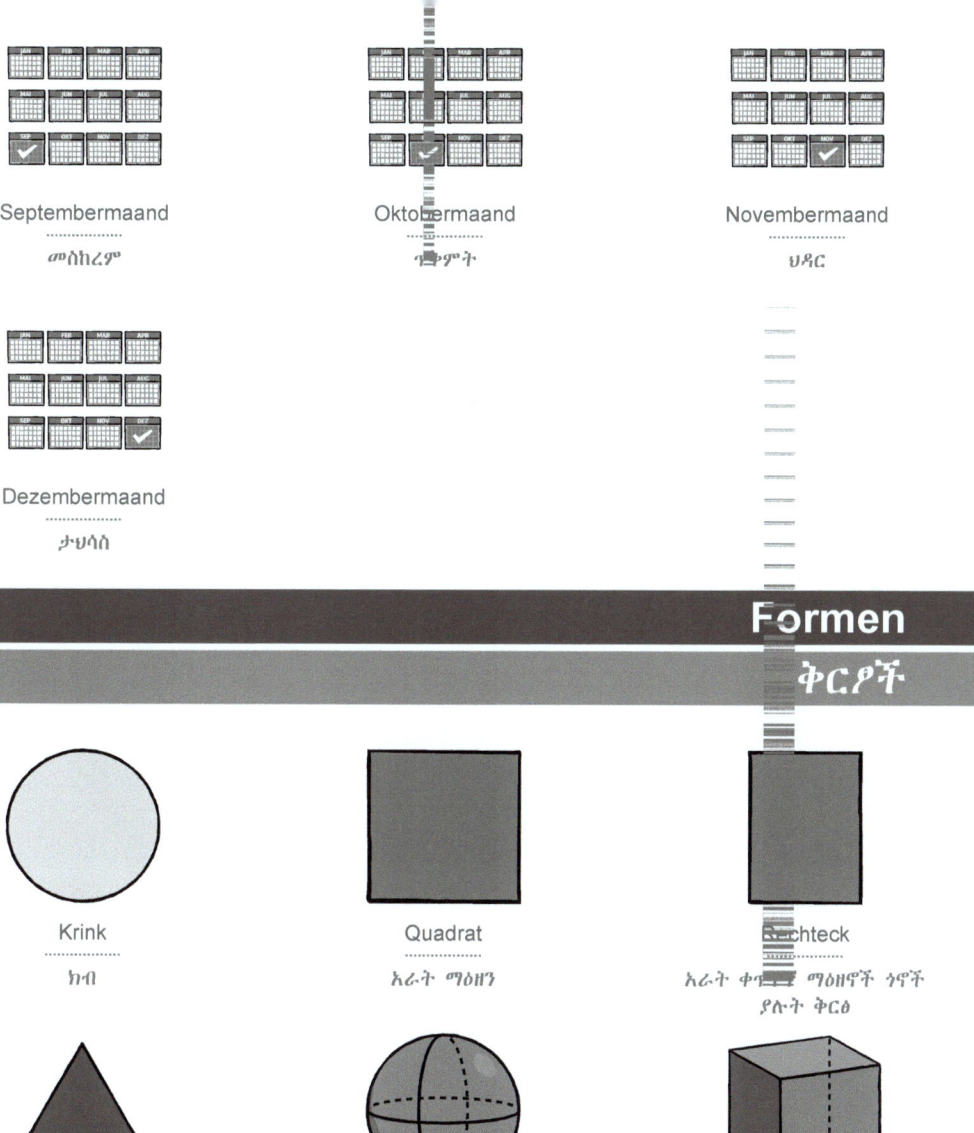

Septembermaand

መስከረም

Oktobermaand

ጥቅምት

Novembermaand

ህዳር

Dezembermaand

ታህሳስ

# Formen

# ቅርፆች

Krink

ክብ

Quadrat

አራት ማዕዘን

Rechteck

አራት ቀ[illegible] ማዕዘኖች ጎኖች ያሉት ቅርፅ

Dreeeck

ሶስት ማዕዘን

Kugel

ሉል

Wörpel

ስድስት ጎን ያለዉ ቅርፅ

# Farven

## ቀለማት

witt

ነጭ

geel

ቢጫ

orangsch

ብርቱካናማ

pink

ሮዝ

root

ቀይ

lila

ወይን ጠጅ

blau

ሰማያዊ

gröön

አረንጓዴ

bruun

ቡኒ

gries

ግራጫ

swart

ጥቁር

# Gegendelen

## ተቃራኒዎች

veel / wenig

ብዙ/ ጥቂት

böös / verdreeglich

ንዴት/ እርጋታ

smuck / mies

ቆንጆ/ አስቀያሚ

Begünn / Enn

ጅማሬ/ ፍፃሜ

groot / lütt

ትልቅ/ ትንሽ

hell / düüster

ደማቅ/ ደብዛዛ

Broder / Süster

ወንድም/ እህት

schier / schietig

ንፁህ/ ቆሻሻ

kumpleet / nich kumpleet

የተሟላ/ ያልተሟላ

Dag / Nacht

ቀን/ ምሽት

doot / lebennig

የሞተ/ ህያዉ

breet / small

ሰፊ/ ጠባብ

geneetbor / nich geneetbor

የሚበላ/ የማይበላ

böös / fründlich

ክፉ/ ደግ

fickerig / langwielt

ደስተኛ/ ድብርተኛ

dick / dünn

ወፍራም/ ቀጭን

toeerst / toletzt

መጀመርያ/ መጨረሻ

Fründ / Fiend

ጓደኛ/ ጠላት

vull / leddig

ሙሉ/ ጎዶሎ

hart / week

ጠንካራ/ ለስላሳ

swoor / licht

ከባድ/ ቀላል

Smacht / Döst

ረሃብ/ ጥማት

krank / gesund

ህመም/ ጤንነት

nich na't Recht / na't Recht

ህገወጥ/ ህጋዊ

klook / dummerhaftig

ጎበዝ/ ደደብ

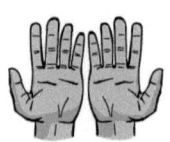

linkerhand / rechterhand

ግራ/ ቀኝ

neeg / feern

ቅርብ/ ሩቅ

nieg / bruukt

አዲስ/ አሮጌ

nix / wat

ምንም/ የሆነ ነገር

oolt / jung

ሽማግሌ/ ወጣት

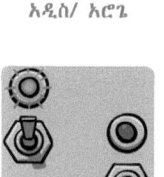

an / ut

የበራ/ የጠፋ

apen / slaten

ክፍት/ ዝግ

lies / luut

ፀጥታ/ ጫጫታ

riek / arm

ሃብታም/ ደሃ

richtig / verkehrt

ትክክለኛ/ የተሳሳተ

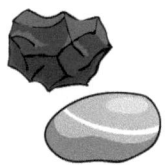

ruug / glatt

ሻካራ/ ለስላሳ

trurig / glücklich

ሐዘን/ ደስታ

kort / lang

አጭር/ ረዥም

suutje / flink

ዝግተኛ/ ፈጣን

natt / dröög

እርጥብ/ ደረቅ

warm / köhl

ሞቃት/ ቀዝቃዛ

Krieg / Freden

ጦርነት/ ሰላም

# Tallen

## ቁጥሮች

| | | |
|---|---|---|
| 0 | 1 | 2 |
| null | een | twee |
| ዜሮ | አንድ | ሁለት |
| 3 | 4 | 5 |
| dree | veer | fief |
| ሶስት | አራት | አምስት |
| 6 | 7 | 8 |
| söss | söven | acht |
| ስድስት | ሰባት | ስምንት |
| 9 | 10 | 11 |
| negen | teihn | ölven |
| ዘጠኝ | አስር | አስራ አንድ |

12

twölf

አስራ ሁለት

13

dörteihn

አስራ ሶስት

14

veerteihn

አስራ አራት

15

föffteihn

አስራ አምስት

16

sössteihn

አስራ ስድስት

17

söventeihn

አስራ ሰባት

18

achtteihn

አስራ ስስምንት

19

negenteihn

አስራ ዘጠኝ

20

twintig

ሃያ

100

hunnert

መቶ

1.000

dusend

ሽህ

1.000.000

million

ሚሊዮን

# Spraken

## ቋንቋዎች

Engelsch

እንግሊዝኛ

Amerikaansch Engelsch

የአሜሪካ እንግሊዝኛ

Chineesch Mandarin

የቻይና ማንዳሪን

Hindi

ሂንዱ

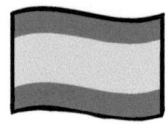

Spaansch

ስፓኒሽ

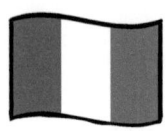

Franzöösch

ፍሬንች

Araabsch

አረብኛ

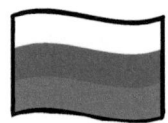

Rusch

ራሺያኛ

Portugiesch

ፖርቹጊዝ

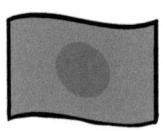

Bengaalsch

ቤንጋሊ

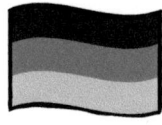

Düütsch

ጀርመን

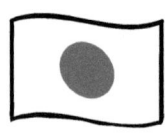

Japaansch

ጃፓንኛ

# wokeen / wat / wo

## ማን/ ምን/ እንዴት

ik

እኔ

du

አንተ

he / se / dat

እሱ/ እርሷ/ እቃዉ

wi

እኛ

ji

አንተ

se

እነርሱ

keen?

ማን?

wat?

ምን?

woans?

እንዴት?

woneem?

የት?

wannehr?

መቼ?

Naam

ስም

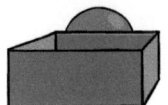

# wo

## የት

achter

በስተጀርባ

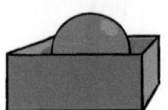

in

ዉስጥ

vör

ከፊት ለፊት

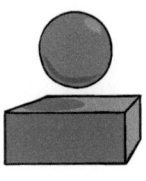

över

ከላይ

op

ላይ

ünner

ከስር

blangen

አጠገብ

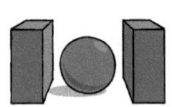

twüschen

መሃከል

Oort

ቦታ